நிழலும் ஒளியும்

AF529605

கா. அப்பாத்துரை

Title: Nizhalum Oliyum

Author: Ka. Appadurai

Language: Tamil

First Published on: 1950

Year of Publication: 2024

Book Format: Paperback

*Page Size: 6inch * 9inch*

Category: Poetry

Subject: Poetry

No. of pages: 44

ISBN: 978-81-996770-7-4

Published by: Nilan Publishers, Madurai, Tamilnadu, India

Copyright © Nilan Publishers, 2024

பொருளடக்கம்

குறிப்புகளுக்காக

சிறப்புரை

தமிழ் நாடு அறிவுக்குப் பேர் பெற்றது. இதற்குச் சான்றுகள் பல படக் கிடக்கின் றன. தமிழ்நாடு அளித்த அறிவுக களஞ்சியங்கள் பல உண்டு. அறிஞர் தமிழ்நாட்டில் அன்றுந்தோனறினர்; இன்றுந் தோன்றுகின்றனர். அக்கால அறிஞருள் குறிக்கத் தக்கவர் நக்கீரர், திருவள்ளுவர், இளங்கோவடிகள் முதலியோர்; இக்கால அறிஞருள் குறிக்கத் தக்கவர் பூண்டி அரங்கநாத முதலியார், திருவிதாங்கூர் சுந்தரம் பிள்ளை. குடந்தை இராமாநுஜம். ஸர்.சி.வி. ராமன் முதலியோர்.

இந் நாளில் ஆராய்ச்சி உலகம் பெருகி வருகிறது. அவ்வுலகில் ஒளிர் வோருள் இந் நூலாசிரியர் கா. அப்பாத்துரை அவர்களும் ஒருவர். இவர் பன் மொழிப் புலவர். இவர் தம் நூல்கள் தமிழ் நாட்டைப் படிப்படியே ஓம்பி வருதல் கண்கூடு. இத்தகைய ஒருவரால் யாக்கப் பெற்றது இப்பாட்டு நூல்.

இந்நூற்கண் மில்ட்டனிசம் உயிர்ப்பாய நிலவுகிறது. அவ்வுயிர்ப்புக்கு ஏற்ற அரண்கள் எடுக்கப்பட்டுள்ளன. நூலுள் பல செம்பொருள்கள் மிளிர்கின்றன.அவற்றுள் ஒளியும்- இருளும் ஒளியும்- இருளும் உள்ளத்தைக் கவர்வன.

ஒளியைப் பற்றியும், இருளைப் பற்றியும் உலகில் எழுந்த ஆராய்ச்சிகள் இன்னும் முற்றுப் பெறவில்லை. இருளில் ஒளி காண்டல் அறிவு. நள்ளிருளில் நட்டம் பயில்வானை என்பது மணிவாசகம். இருளில் ஒளி காண மக்களை இந்நூல் உந்தும் என்று நம்புகிறேன்.

அறிஞர் அப்பாத்துரையார் வாயிலாக இது போன்ற நூல்கள் பல வெளி வரல் வேண்டும் என்பது எனது வேட்கை. இந்

நூலை நன்முறையில் தந்த அவருக்கு எனது வாழ்த்து உரியதாக.

திரு. வி. க.

25-11-49

தமிழ் வாழ்க

நூன்முகம்

இலக்கியம், மக்கள் வாழ்க்கையைப் படம் பிடித்து ஆசிரியன் மனக்கோள், உளக்கோள் மிளிரப் புனைக் துரைக்கப் படுவது. சமயமும் சமயக் கருத்தும் வாழ்க்கையின் ஒரு சிறு கூறு மட்டுமே. ஆகவேதான் முழு நிறை இலக்கியமாகிய தமிழ்ச் சங்க இலக்கியத்தில் அது அருமையுடனும் அருகியும் வழங்கப் பெறுகிறது. காதலைப் போல் சமயமும் மிகைபடக் கையாளப் படின் அதன் நல்லியல்பு கெட்டு விடும். காதல், காமுகர் சிற்றின்ப மாகி விடும்: சமயம், புரோகிதர் பசப்புரையாகி விடும்.

நூலின் இறுதிப் பாட்டுக்கள் சில நீங்கலாக இந்நூறு பாட்டுக்கள் பத்தாண்டுகட்கு முன்பு எழுதப்பட் டன. அவற்றின் வருணனைகளும சமயஞ்சார்ந்த அறிவுக் கருத்துக்களும் மாணவர்க்கும், கவிதையின்பம் நுகர்பவர்க்கும் பயன்படும் எனக் கருதியே இது தமிழுலகுக்கு அளிக்கப் பெறுகின்றது.

நூலின் பின்னணியான புனைவியல் கருத்து இது. இம் மண்ணுலகு இருள் ஒளி இனபம் துன்பம்; பகல், இரவு ஆகிய மாறுபாடுகளை உடையது. இவ்விரு தன்மைகளை வேறு பிரித்து ஒளி, இன்பம் முதலிய நற்பகுதிகளே நிரம்பிய வானுலகு அல்லது நாக ருலகு ஒன்றும்; இருள், துன்பம் முதலிய தீய பகுதிகளே நிரம்பிய நரககுலமொன்றும் புனைந்து கொள்ளப் பட்டுள்ளன. நரககுலத்தோனே தலைவர் கடவுள் அல்லது வானுலகத்து எந்தை. இவை கவிதைக் கற்பனைகளாக மட்டுமே கொள்ளப் பட்டுள்ளன.

ஒளியே கண்டு கைத்துப்போன கலையுணர் வுடைய நாகன் ஒருவன், "வானத்தது எந்தை"யின் தண்டனைக் கடுமை கலந்த அருளுள்ள நிலை நாகர் உலகுக்கு நேர்மாறான நரககுலத்தைக் கண்ட பிற்பாடும் மண்ணு லகை அடைந்து புதிய காட்சிகளைப் புத்தார்வத்துடன் அதன் வருணித்துக் கூறுவதாக நூல் அமைந்துள்ளது. விண்மீன் காட்சி, காலைக் காட்சி, மாலைக் காட்சி, நிலாக் காட்சி ஆகிய இப் புத்தார்வுப் பின்னணியிடையே புதுமை நயம் பெறுவதுடன் புதுக் கருத்துக்களுக்கும் நிரையாகவும் அமைகின்றன.

தமிழுலகம் இம் முயற்சியை அதன் சிற்றிலலெக்குள் வைத்து நுகர்ந்து ஆதரவு காட்டி ஊக்குமென நம்புகிறோம். தமிழ்ப் பெரியார் திரு. வி. க. அவர்கள் சிறு பணிக்கு ஊக்கந் தந்து சிறப்புரை அருளி யமைக்கும்; பலர் திரு. பி. எஸ். செட்டியார் அவர் களும் ஜோதி அச்சகத்தாரும் இதைப்பதிப்பிட்டு வெளியிட உதவியமைக்கும் ஆசிரியர் நன்றி அன்னாருக்கு உரித்தாகுக.

தமிழ் மனை
சேப்பாக்கம்

கா. அப்பாத்துரை

1. நிழலும் ஒளியும்

1. ஓய்வற்ற ஒளி உலகை
வெறுத்தேன், அந்தோ!
உறை இருளில் உடல் அழுந்தி
உழன்றேன், அந்தோ!
மாய்வற்றேன்; மாய்விலா
மாய்வு பெற்றேன்
மாளும் நாள் என்று என்றே
மாழ்கி னேனே!

2. நாற் புறமும் இருள் திரண்ட
உருக்கள் கண்டு
நலிவனோ? நளு நளென
நெளி புழுக்கள்
மேற் புரள மயிர்க் கூச்சிட்டு
அழுங்கு வேனோ?
மெய் இறையே, என் பிழைகள்
பொறுக்கொ ணாதோ?

3. என்றி றைஞ்ச, இது காறும்
எண்ணில் ஊழி
இமையாது விழித் தென்னை
வதைக்கும் கண்கள்
நின்றழுந்தி நிறை துயிலில்
ஆழத் துன்ப
நிலை நீத்து நீடமைதி

பெற்றே னன்றே!

4. எத்தனை நாள், எத்தனையாண்டு,
ஊழிக் காலம்
என்றறியேன்; துயில் நிலையில்
நின்று நீங்கிச்
சித்த உணர்வு அடைந்ததுவும்
அறியேன்; சுற்றும்
தெரு ளூறுதண் கால் வீசல்
உணர்ந்தே னன்றே!

5. உறங்கு கின்ற மதலையினை
வருடும் தாயின்
ஒள் விரல்கள் எனத்தண்
கால் வருடலோடும்,
மறங் கிடந்த வல்வினை நோய்
தோய்ந்த உள்ளம்
'வலி' அகன்று மெல்ல
மெல்ல எழுந்த தன்றே!

6. கண் விழித்து நோக்குதலும்
"கனவோ, அன்றிக்
கடவுளே! இது நனவோ,
கருதி நின்ற
விண்ணுலகும் இது வன்று,
வீழ்ந் தழுந்தும்
வினையினேன் நரகு மன்று இஃது
என்னோ" என்றேன்.

7. வானிடை நின் றெந்தை குரல்
கனிந்து எழுந்து என்
மைந்தனே, மனங்கவலல்!
நன்மை அன்றி
யான் இடர்கள் தருவதில்லை;
இன்பமெல்லாம்
எய்துபவர் மன நிலையே;
வேறொன்று அன்றால்!

8. துன்ப நிலை காணாதார்
இன்பங் காணார்;
தொன்மை நெறி இயல்பிது, நின்
பிழையன்று ஐய,
இன்ப நெறி காட்டுதும் யாம்'
என்றது என்றன்
ஏழை உளம் அவ்வழியே
நின்ற தன்றே!

2. வெள்ளியின் காட்சி

9. கீழ்த் திசையில்! அகோ, அகோ!
கடையே னுக்கும்
கிட்டி விட்ட காட்சியதே
காட்சி, காட்சி!
பாழ்த் திரையைக் கிழித் தெறிந்து
பளிங்கு போலும்
பசும்பொன் ஒளிக் கதிரெழுந்த
பண்பு தானே!

10. கருவானை நீல்நிற வான்
ஆக்கும் செய்ய
கதிர்களையும் செம்மையுடன்
கலந்த நீலக்
கருஞ்சிவப்புச் சாயல்கள் அங்கு
அவற்றையும் கண்டு
அடியனேன் உடல் புளகம்
உற்ற தன்றே!

11. இருளூடு செங்கதிரின்
கால்கள் வீசி
இயங்குதலும் என்னுடலும்
உளனும் பூரித்து,
அருள்நாடி ஒளி திகழ்ந்து
நிறைந்து பொங்கி,
ஆக முற்றும் செங்குருதி

பரந்த தன்றே!

12. மயிர்க் கால்கள் நுனி நிற்ப
மறையின் நாதம்
செவிக் கொண்ட மெய்யடியார்
என்ன நின்று
செயிர் தீர்த்த செஞ்சொல் மொழிப்
புலவர் உள்ளம்
தீங்கனவில் கண்ட எலாம்
தெளியக் கண்டேன்.

13. அன்புருவாம் இறைவடிவம்
ஒளியே; ஆம், ஆம்!
அறிவொளி என் றுரைத்தார்கள்;
அதுவும் ஆம், ஆம்!
இன்புருவம் என்றார்கள்;
அதுவும் ஆம். மற்று
ஏனோ யான் இதுவரை அவ்
எழில் காண்கில்லேன்?

14. ஒளிக் கொளியாம்
இருள் கண்டேன்,
இன்று கண்டேன்!
ஒளிக் (கு) உருவும் உயிரும் உணர்
வதுவும் ஈந்து
வெளிக்கு வெளியாய், அறிவும்
உணர்வும் காணா
மெய் கடந்த

மெய்ம்மையினை
இன்று கண்டேன்!

15. முற்றொளியைக் காணு மியல்பு
அற்ற கண்கள்,
முற்றி ருளில் எல்லையறு
துன்ப மல்லால்
மற்றொன்றும் காணுமியல்பு
அற்ற கண்கள்
மருள் திரையில் அருள் கண்ட
மாட்சி என்னே!

16. எழிலோ டெழில்! எழிலோ டெழில்
இறைவ, என்னே!
இயங்கு மெழில்! புதிது, புதி-
தாக மென் மேல்
எழில் கடந்த பேரெழிலாய்,
அதுவும் தாண்டி
இமைக்கு முனம் வெவ்வேறாம்
எழிற்பே ராழி!

17. எந்தை அருள் முந்தி வரப்
பிந்தி எந்தை
இன்னடியார் கருதுறும் இன்
னுருவம் கொண்டு
வந்திடல் போல் கதி ரொளியைப்
பற்றி வந்த
மணிக் கதிர்ச் செவ் வெள்ளியினைக்

காண்மின், காண்மின்!

18. நீலமுகி லுடன் கலந்த
செக்கர் வானம்
என நின்ற இறைவன் முடிச்
சடைக ளென்ன
மாலுறச் சென் றோடு கதிர்க்
குலங்க ளோடும்
வான் விளங்க நின்றெ ழுந்த
வெள்ளி கண்டே;

19. ஒளி என்றால் இது ஒளி, என்
உணர்வும் இஃதே!
உயிரிருந்து பெற்ற பயன்
பெற்றேன் இன்றே;
அளிவேறில், ஆருயிரில்,
அரனே! என்றும்
அடைவு இதுவே என்ற ருளாய்'
என்றிரந்தேன்.

20. "ஆயின் இதோ என் செய்கேன்,
அந்தோ, அந்தோ!
அடியன் உயிர் உணர்வதுவும்
கொள்ளை கொண்ட
மாய வெள்ளி ஒளி மழுங்கி
வாடல் என்னோ?
வாழ்வதனை ஈங் கிதற்கோ வழங்கினாயே!"

21. என்றழுதேன்; இமைக்கு முனம்
சொன்ன எல்லாம்
இறையு மனங் கொள்ளாது
துயர முற்றுக்
கன்றி ழந்த ஆ என்னக்
கதறி வீழ்ந்தேன்,
கடவுளருள் துயில் வந்தே
அணைந்த தன்றே!

3. காலைக் காட்சி

22. அருளாளன் மடிதவழும்
துயிலின் நீங்கி
அறிவோடு செறி துன்ப
இருளார்ந்த குருடன் ஒளி
நெறியிற் பட்டே
பெற்றி ழந்தான்
எனத் துயரப் படகுழிப்பட்டு
அலமந் தேனே!

23. "கொடுமை அரன் கொடுமை இது!
கொடுப்ப தென்றால்
கொடையிதுவோ? கொடுத் தழிக்கும்
கொள்கை உண்டோ?
அடிமை இவண் அடிப் பொடிக்கும்
அருகன் அல்லேன்,
அழி சினங் கொள் குறி வேண்டின்
அதற்கு ஈது ஒன்றோ?"

24. "என்றென்றே அவலித்தேன்;
அழுத கண்ணீர்
இடையாடும் கீழ் வான
ஒளி ஈது என்னோ?
ஒன்றன்றோ என்றன்
உயிர்க்கு உரிய சோதி?
உளங் கொள்ளற்கிது

எல்லாம் உரியஆமோ?

25. "ஆயினுமிங்கு இது அதுவே
ஆகுங் கொல்லோ?
அழகு இது, செவ் வண்ணம் இது,
செயலும் ஈதே
நேயமிகு வெள்ளியதுவே
வளர்ந்து என்
நீள் கனவில் விளைந்திட்ட
விளைவி தாமோ!

26. "உருக்கி விட்ட தங்கமலை
ஓங்கல் பார், பார்!
ஓடுகின்ற செங்குருதி
ஓடை பார், பார்!
திருக் கிளரும் தெய்வ மணம்
இது என், எந்தாய்!
தேவர் குலம் கேளாப் பண்
இது என் எந்தாய்!

27. "அரன் உமை போல் அழல் ஒருபால்
நிழலும் ஓர் பால்
ஆக நின்று பலசாயற்
கணங்கள் தோற்றி,
வர வர அச் சாயல்களும்
குருதி யாறும்
வாரி மடுத்து இவண் எழுந்த
ஒளிப் பிழம்பே!

28. “எம் பெருமான்! நின்னுலகில்
காணக் கிட்டா
நிறையழகு ஈது என்? வான
விளிம்பு கீண்டு
செம்பவளத் தகடென்னச்
செம்பொன் என்னத்
திகை அமிர்த கலச மெனத்
திகழும் ஈது என்?

29. "விண் வளரும் ஞாயிறுதுவே
இதாமோ?
வேளை ஒரு நிறம் பூண்டு
வடிவம் பூண்டு
மண் வளரும் ஞாயிறு இதன்
புதுமை என்னே?
மணி வணன் கை விட்டெறி
மின் ஆழி ஈதோ?

30. “விழை வெனும் ஓர்
வெண் மாலை
அகத்தில் தொக்க
வேந்துயர ஓர் ஏழுவகை
மலர்கள் என்னக்
குழைவுறு செம் பொன் முதலாம்
எழு நிறங்கள்
கோத் தொரு வெண் பிழம்ப மைந்த
அமைப்பி தென்னே?

31. ஏழ் நிறத்த கதிர்களும் ஏழ்
பரிய தாக
எழில் வானந் திரிகின்ற
ஏக மூர்த்தி
ஏழ் நிறமும் ஓர் நிறமாய்
இயங்கச் செய்த
இயல்பதனை ஈங்கு எமக்கே
இயம்பி டாயே!

32. "இருட் படைகள் இரிந் தோடத்
தொடரும் வெற்றி
இறை என்கோ? இருள் மடந்தை
காந்தன் என்கோ?
விருப்புடன் இவ்வுலக மெலாம்
ஆளும் எந்தை
மேற் கவித்த வெண் கொற்றக்
குடையிதென்கோ?

33. "மணி என்கோ, மரகதம் மா -
ணிக்கம் என்கோ?
மலர் வாவி நடு வளர்தா-
மரைய தென்கோ?
அணி என்கோ, அழல் என்கோ?
அழல்வி ழுங்கி,
அடல் வானில் ஒளி காலும்
அமரன் என்கோ?

34. என மனத்தால், இன் மொழியால்,
எழிலார் மெய்யால்
இறைஞ்சினேன் இதய நெக்கு
உருகி நின்றேன்.
புனை நினைவாம் மலர் மாலை
சார்த்தி உள்ளே
பூசித்தேன், பொருளிதுவே
என்று போற்றி.

35. "கண்ணிருந்தால் காண்டகு நற்-
காட்சி ஈதாம்!
கருத்துடையார் கருதல் தகும்
உண்மை ஈதாம்!
எண்ணுகின்ற எண்ணம் எலாம்
இதனை யன்றி
எண்ணுவனோ? எணா நிலை எந்-
தாய்"(ஈ) கென்றேன்.

36. "வாழ் விருக்கும் நாள் உண்டேல்,
வாழ்வாம் இந்த
வளர் ஒளியே கண்டுய்யும்
வகை நீ செய்வாய்!
தாழ்வு வரினும், தந்தாய்!
இது தந்தாயேல்
தாழ்விலேன்; இது அன்றித்
தாளேன்" என்றே.

37. உள்ளார்ந்த அன்புடன் என்
உளங்க னிந்து அங்கு
உடல் உருக, உடற் குருதி
கதிப்ப நின்று
கள் ளார்ந்த வண்டு மல
ருட்கி டந்த
காட்சி போல் எனை மறந்து
கிடந்த போதே

38. கனவில் உயர் பொற் குன்று
கற்குன் றாதல்
கடுப்ப, அகல் வானரங்கின்
ஒளி மடந்தை
புனைதரு பொன் அழலாடைப்
போர்வை நீத்தாள்,
பொன் மேனி வெண் மேனி
யாகக் காய்ந்தாள்!

39. இருளி லொளி யிற் காணாப்
பொற்பு கண்டேன்
இன்று ஒளியில் மையிருளில்
காணாத் துன்ப
மருள் கண்டேன், மயக்க நிலை
கொண்டேன்; பொற்பும்
மட்டறின் மீ ளாத் துயரம்
நல்கல் கண்டேன்.

40. விண்ணெரிய, கண் ணெரிய
மேனி வேர்ப்ப,
வெங் கனலால் அடி
பொடிப்ப முடி வெடிப்ப,
எண்ண மெலாம் மண்ணாக
மண்ணிற் சோர்ந்தேன் மிக்க துயர்
தொக்க துயில் வண்ணம் எய்தி.

41. கரிய திரை எழுது கரும்
படம தென்னக்
காய் தருவெந் துயரிடையும்
மிக்குத் தோன்றும்
அரிய துயிர் நிலை உணர்ந்து
மாழ்கி நின்றேன்,
அக உணர்வால் அவ் வெப்பும்
குறைதல் கண்டேன்.

42. துன்ப நிலை குறைதலும் ஓர்
இன்பம், என்னே!
துன்ப மின்பம் தோற்றுகின்ற
தோற்றம்? எந்தாய்!
உம்பர் உல கத்தன்று
மாறாக் காட்சி
உண்மையறி யாததும் ஓர்
உண்மை யன்றே.

43. ஞாயிறவன் வெம்மை எலாம்
தீர்ந்தான்; கண்கள்

நலிவற வெள் ளொளி மாறிப்
பொலிவு குன்றப்
போயிறும் அன்னான் நிலைமை
என்னாம் என்றே
புத்துணர்வோடு ஆர்வ முறப்
பார்த்தி ருந்தேன்.

44. பார்த்த கண்கள் மீட்டு மொளித்
தோற்றம் காண,
வேர்த்த உடல் வெப் பொழித்துத்
தேற்றம் கொள்ள,
ஆர்த் தெழுந்த உட் கிளர்ச்சி
நீங்க, வெப்போடு
ஒளியும் நலி வுற்றி ழியக்
கண்டே னன்றே!

45. "ஞாயிறி தென் உயிர்; இதுபோ
யிறுமே யாகில்
போயிறு மென் உயிரும்" எனத் தாய்
கதறி நின்றேன் இறுமேல் கரு
வுயிரும் இறுமே அன்றோ?
தாயனையாய், இது உனக்குத்
தகுமோ?" எனறேன்.

46. ஆயினிதென் புதுமை, மிகப்
புதுமை! எங்கும்
ஆருயிர்கள் பிறக்கு மெனில்
இன்ப முண்டாம்;

மாயுமெனில் துன்பமென்பர்;
மாயும் இந்தத்
தாய் ஒளியில் தாய்மை
எழில் தோற்றம் என்னே!

47. "ஏழெழில் சென் றோரொளியாம்
எழில் முன் கண்டேன்;
ஓரொளி மாய்ந் தேழுடனேழ்
ஏழாம் காட்சி,
ஏழிசையின் இன்ப மெலாம்
கடந்த இன்பம்,
எழி லிறிந்த எழில் எவ்வாறு
இயம்ப லாமே.

48. இருளி லொளி எவ்வாறு
அவ்வாற தாக
ஒளியிலொளி யாம் புதுமை
கண்டேன், கண்டேன்!
இருளிரியப் போந்த ஒளி
ஒளியாம் என்னில்
ஒளியிரிய வரு மொளிக் கென்
இயம்பு கேனே?

49. ஒளியில் உலகந் தோன்றி
மறைதல் கண்டேன்.
ஒளியில் உல கங்கள் அழிந்து
எழுதல் கண்டேன்.
களிகொள் புதுப் புதுப் படிவத்

தோடே தோன்றிக்
கவின் மாறாக் கன்னிமையின்
உலவக் கண்டேன்.

50. இரா நங்கை விராவ வரும்
எழிலார் தோற்றம்
எழில் ஞாயிறென்னின் நறுந்
தென்றல் மாலை
பராவுமவன் புலவி விடுத்
தணைக்கக் கைகள்
பரவுறுபோது எழு களியார்
எழிலே யாங் கொல்?

51. வான்மடந்தை கேள்வன் வரு
போழ்தத் தன்னாள்
மனைவரு சுற் றஞ்சூழ
வந்த டைந்தே
மால்மருவும் ஊடல்நடங்
கொண்ட காட்சி
போலு மிந்த வானரங்கின்
தோற்றம் மன்னோ!

52. கன வென்னும் நங்கை அரைத்
துயிலிற் கண்ட கனவெனலாம்
கண்காணாக் காட்சியோ? செம்
புனலென்ன வழிந் தோடும்
அனல் வெள்ளம் போய்ப்
புகைக் கொடியார் துகிலெடுப்பப்

போந்த தாலோ!

53. செந் நிறத்தில் நூறுவகைச்
செந் நிறங்கள்,
செறி நீலத் தாயிரமும்
சிதறு பச்சை
பன்னூறாயிர மாகப்
பரந்து நின்ற
பதம் காண ஆயிரங்கண்
வேண்டு மம்மா!

54. அழலாறும் புகை மலையும்
கடலும் ஆர்ந்தே
ஆரிருள் சேர் முழைஞ்சுகளும்
மினற் பரப்பும்
நிழற் காட்டில் ஒளிக்கோடு
கொண்டு கீண்டும்
நீள் முகில் மால் யானைகளும்
நிறையுமாலோ!

55. புத்தார்வம் கொடு தோன்றும்
அறிவு தேர்ந்து
புலனறி மெய் அறி வாகி
மனத்துக் கெட்டாச்
சத்தாகி நின்றும் அன்பு
நெறியிற் பட்டே
இன்புரு வாய்க் கனியுமுண்மை
காட்டு மிஃதே!

56\. எழு மிரவி திருமகளார்
கேள்வ னென்னில்
என்னுயிர் கொள் இச்சோதி
கலையார் செல்வி
தழுவு கடை ஊழியது
கண்ட செம்மல்
தாண்டவம் செய் பெருமா னென்
றுரைக்க லாமே!

57\. ஆக்குவிப்பான் ஆக்கத்தின்
மிக்க தாமால்
அளிப்பவன் பேரளி; அதனிற்
பெரிது அளித்தே
தேக்குவிப்பான், தெருட்டுவிப்பான்,
பிறவி தீர்ப்பான்
சீரெனவே காட்டுறு பா-
சுரமி தாமோ?

58\. அழிவில் ஒளி எழில் காட்டும்
இதுவன் றோ மெய்
அமர்ந்த இறை யுரு! ஓயாது
அழிவிற்கு ஏங்கும்
எளியன் மனம் புண்ணாகா
வாறு வந்த
இறையருள் இங்கு இது இன்றேல்
என்னா வேனே.

59. இவ்வண்ணம் எழில் வண்ணம்
கண்டிருந்த
என் கண் முன் நிழற் படலம்
எழுந்து வீசிச்
செவ் வண்ண மது விழுங்கி
ஏப்ப மிட்டுச்
செறி இருளாம் பாழ் சென்று
சேர்ந்த தன்றே.

60. பிறந்து வளர்ந் தோங்கி நின்ற
ஒளி நீ போயின்
பேதை நான் பிழைப்பேனோ?
நலியுங் காறும்
சிறந்து நின்ற செவ் வொளியே!
சென்றாயோ என்
சிந்தையினி நின் செலவே
செல்லும்" என்றேன்.

61. எழுந் தெழுந்து மனக் கிளர்ச்சி
தந்த எல்லாம்
எந்தை செயல் என்று ஏழை
காண கில்லேன்
விழுந் தெழுந்து வெந்துயரால்
மாழ்கி மீண்டும்
புது விழைவாம் உயிர்
தூண்டப் பெங்கினேனே.

4. நிலாக் காட்சி

62. மேற் றிசையில் விழுந்த ஒளி
என்னாம், என்னாம்?
மீட்டு வருமோ? என்றே
ஏங்கி னேற்கு
நாற்றி சையும் களிபரப்பி
ஒளி இழந்த
ஞாயிற்றின் கீற்றென
ஒன்று ஒளிரக் கண்டேன்.

63. ஓவியர் ஓவியந்தீட்ட
வரைந்த கோட்டின்
உருப் போலும், உயர் மாடம்
அமைக்கும் தச்சர்
பாவிய சாரம்போலும்,
புதிய சோதிப்
பணிக் கெடுத்த பண்ணவன்நற்
சட்ட மீதோ?

64. சூலுண்ட தாயிறப்பச்
சூலிற் சாய்ந்து
பாலின்றிப் பரிதவிக்கும்
பால னாங்கொல்?
ஆலிக்கும் தாயின்றி அழுத கண்கள்
ஆழ்ந்தழகு குன்றிநின்ற
பால னாங்கொல்?

65. ‘தீதோவப் பார்காத்த
செம்மல், சென்றான்
தீதோவச் செம்மலிட்ட
ஆணை யாழி
ஈதோ என் றுரைப்ப எழுந்து
ஓங்கும் இந்த
இணை ஒளியால் இணையி லொளி
மறப்ப னாங்கொல்?

66. என் றேங்கி அழுத கண்கள்
வாட ஆடும்
இறையூடே அம் மதியின்
ஒளியால், சென்ற
மன் தோய்ந்த மங்கை
மகன் மகிழ்வு கண்டு
வளர்துயரி னிடை எய்தும்
எழுச்சி உற்றேன்.

67. படிப்படியாய் அம் மகவின்
வாழ்வில் ஈடு
பட்டழிந்து வாழும் அ(ன்)னை
போல இங்கே
அடிக்கடி கண் ணுறலால், மெய்
யுறலால் இந்த
அருமகவும் ஒளி புதுக்கி
வளர்ந்த தன்றே!

68. ஒளி நகையால் என் உடலம்
புளகம் பூப்ப,
ஓங்குநலத் தால் உள்ளம்
மகிழ் சிறப்பக்
களி நடையால் வெந்துயரம்
சென்றொளிப்பக்
கவின்
மழலை யாடிடுவான்
போன்ற தன்றே.

69. கண் பனிப்ப, மெய்சிலிர்ப்பக்
காத லுள்ளம்
கருதரிய மெய்யின்பக்
கடல் திளைப்ப,
விண் பனிப்ப, விரி முகிலாம்
ஆடை போர்த்து
விரிந்து நெகிழ்த்து என்னுள்ளம்
கவர்ந்த தன்றே.

70. ஞாயிறதன் ஒளியதனில்
வெம்மை நீத்து
நற்கருப்பஞ் சாறட்டு
மதுவும் சேர்த்தே
ஆவிறுத்த தெளி தீம்பால்
அவனி யெங்கும்
அள்ளி யொழு கச்செய்த
அளியிதென்னே?

71. ஒளி என்னும் பாற்கடலிற்
கடைந்தெடுத்த
ஒள்ளமிர்தக் குடந்தாங்கி
இரவின் வேந்தர்
களி கொள்ளக் கொண்டேகுங்
காலை, மாலை
மால் சென்று குடமுடைத்த
காட்சி யாலோ?

72. காலொழுகு மிடமெங்கும்
பாலொ ழுக்கிக்
கலை யொழுகும் கவினெங்கும்
கலந்து பூசி
மாலொழுக மல்லல்மா
ஞாலம் எங்கும்
வண் கயிலை யிடமென்ன
வயங்கிற் றம்மா!

73. என் மதியை முன் மூடும்
இருளால் வேறு
மின்மினிக ளவை நாடி
அலைந்து நொந்தேன் மன்
மறைத்த முகில் நீங்க
மதியால் இன்று
முதன் மதியாம் முழுப் பிழம்பு
கண்டே னன்றே!

74. இருளி னொளி யதன்
ஒண்மை யதுக லந்தும்
இலங் கொளியில் இருளதனின்
தண்மை சேர்த்தும்
இருளொளிகள் வெள்குறவென்று
இயற்கைத் தச்சன்
இயற்றிய பூம்புனை பொறி யென்று
இயம்ப லாமோ.

75. இம் மதியம் குடைகாப்ப
இன்ப மெல்லாம்
எய்தி இந்தஉலககலா
திருப்ப னன்றே!
மும்மையிலும் எந்தாய்!
உன் உலகு வேண்டேன்,
முதலுல கிங்கிது வென்றே
முனைந்திட்டேனே.

76. முனைந்த முனைப் பினில் மூழ்கி
மெய் மறந்து
மூவாத முதலுலகு ஈது
என்றி ருந்தேன்!
கனைகடலின் அரவமெனக்
காலத் தேரின்
கால் கடுக விரைந்தோடிச்
சென்ற தன்றே.

77. நிலையான உலகின்ப
நிலை வெறுத் தேன்;
நிலையாத உலகின் பத்-
தீடுபட்டு,
நிலையாத அதுபடுதல்
கண்டு வீழ்வேன்,
நிலைகாணா நிலையிதென
உணர்வே னல்லேன்.

78. தேயு மெனில், பொருள்கள்
சென்று மாயும் என்ற
சிந்தையலால் வேறொன்றும்
மனங் கொள் கில்லேன்;
மாயுமது தோற்று மெனும்
உண்மை தேரேன்,
மாய மிது தெளியாமல்
மயங்கி னேனே.

79. ஒளிதோன்ற இருள்மாயும்
இருள்போ யேக
ஒளி தோன்றும்; உலகிதனின்
புதுமை யிஃதே,
களி கதிரோன் பின் நிலவு:
நிலவின் பின்னே
கதிர் தோன்றும் இயல்புணராது
அலைவுற் றேனே.

80. குறைமதியாம் கீற்று வளர்ந்து
ஓங்குகின்ற
காலமெலாம் இன்பத்தில்
குளித்து வாழ்ந்தே,
நிறைமதியாய், அது தேய்ந்து
குறைதல் கண்டு
நெஞ்சுருகி வெந்துயரின்
பிடியுட் பட்டேன்.

81. நிலையான அவ்வுலக
இன்பத் தாலும்
நிறைவுறாது உளமுளைந்து
வருந்தி நின்றேன்;
உலை வுறும் இவ் வுலகின்ப
நிலைக்கு மென்று என்
உளத்து விழை வுற்றேன் என்
நிலையிதென்னே!

82. என் றென்றே விழைவொருபால்,
சிந்தையோர் பால்
இரு தலைசென் றோடயான்
அல்லற் பட்டே
சென்றோய்ந்து தயங்கி நின்ற
வேளை, அந்தோ!
தெளிவருளும் எந்தை குரல்
எழுந்த தன்றே.

5. முடிவுரை

83. "மைந்த, நீ கவலை தவிர்:
மயக்கம் வேண்டா;
வானுலகின் இன்ப மெலாம்
மெய்யாக் கண்டாய்.
நந்து பசி யாலன்றிச்
சுவை தோன்றாது;
நலந் தோன்றா, தீமையதன்
தழும்பு றாமல்.

84. "அப்பரிசே இருளின்றி
ஒளியின் தன்மை
தோன்றாது; மாற்ற மின்றி
எழில் தோன்றாது;
துய்ப்பரிதே யாமின்பம்,
துன்பந் தன்னின்
தொடர்பின்றி; துன்பம் இன்றேல்
இன்பம் இல்லை!

85. "ஒளியதனின் துணியின்றி
இருளைக் கண்கள் காண ரிதாம்;
அவ்விருளின் எல்லையற்ற
வெளிநிறைவை ஒளியின்றி
உணரொ ணாது;
மேவு மிவை தமுள் கலந்தே
அழகு தோன்றும்.'

86. ஒளியுலகத் தெந்தையிவை
உரைப்பக் கேட்டே
ஒளி வளரும் இவ்வுலகின்
தன்மை யெல்லாம்
அளியார்ந்த அவ்வுலகின்
வண்ண மென்றே
அறிந்து கொண்டேன், அறிவுருவின்
வண்ணம் பெற்றேன்.

87. கண்ணிமையார் அவர் தாமும்
காண லாற்றாக்
கடவுண்மாக் கவினதனை
உணர்விற் காணத்
திண்ணிய ஆரிருட் படலம்
திரையாம்; அந்தத்
திரையூடே அதனியல்பு
தெளிய லாகும்.

88. இருள் வண்ணம் சூழ்தரு சிற்
றுயிர்கட் கெட்டா
இறைவடிவை இருட் சத்தி
கலந்து காட்டி
மருளாலே மருள் நீக்கும்
வகையும் கண்டேன்.
வளருமதன் ஒளியாலே
ஒளியா கின்றேன்.

89. பேரருளின் அகன்ற ஒளி
காண கில்லார்க்கு
என இறைவன் அதன்
நிழலாய்க் கதலாலே
சீருடனே சிற்றழ காய்ச்
சிறுகத் தந்து
சிறுமை தவிர்த் தெமையாண்ட
செம்மை ஈதே.

90. பொருளற்ற சொல்லாலே
மதலைக் கிங்கே
பொருளுணர்த்தும் மெய்யன்பார்
அன்னை போல
மருளூற்ற சிறு பாச
வயப்படுத்தி
மாசறுவான் பொருளுணர்த்தும்
வானத் தெந்தை!

91. மனையென்றும் சுற்ற மென்றும்
மாம னென்றும்
மக வென்றும் மாறுகின்ற
உருவி னூடே
வினைப்படுத்தி மாறாத
அருளே போல
விழி காட்டி அழைப்பிக்கும்
விமலன் அன்பே.

92. சம நிலையில் சுழலுகின்ற
ஆழி நோக்கில்
சலியாது நிலை பெற்றாற்
போலத் தோன்றும்;
அமைவுறு நன் மரங்களெலாம்
ஓடும் ஊர்தி
அமர்வார்கட் குருண்டோடு
மவை போல் தோன்றும்.

93. இம்மெனு முன் எண்கடந்து
விரையும் காட்சி
இயலார்ந்த எழிலாக
மருட்சி யூட்டும்;
செம்மை யுறும் யாழ் நரம்பின்
நிறை யதிர்ச்சி
தெளிந்த சுவை இசையாக
இன்ப மூட்டும்.

94. செவ் வண்ண மதனிடையே
இருளின் நீழல்
தேங்கி நிற்கும்; இருளதனில்
செம்மை நீடும்;
இவ்வணமே வெற்றியிடை
தோல்வி; தோல்வி -
யதனிடையே வெற்றியது
தொக்கு நிற்கும்.

95. அறி வெல்லை யது கடந்த
அறிவு தானே
அறிவற்ற உணர்ச்சி யென
அடங்கித் தோன்றும்,
நிறைந் தமைந்த பளிக்கு நீர்
நிலையில் தெண்ணீர்
நேர் காண லாகாத வாறு போன்றே

96. அழிவதனிற் பொலிவுண்டாம்
பொலிவின் பின்னே
அழிவு வரும்; இவ் இயல்பை
அறியார் வாழ்வில்
கழிபெருந் துன்புறுவர்; அத்
துன்பத் தூடே
கருது மின்பம் ஊர்வதவர்
அறியார் அன்றே.

97. தோற்று கின்ற பல காட்சி
மாற்றத் தூடே
மாற்ற மறத் தொடர்ந்து நின்ற
உண்மை காணாய்!
வேற்றியலாய் எதி ரெதிராய்த்
தோற்று மின்ப
துன்ப மெலாம் பொய்! மாறா
இன்ப மொன்றே!

98. எள்ளுதலில் போரொளி யைக்
காண உள்ளும்

அதற் கிணையம் பேரொளி வந்
தெய்தல் வேண்டும்.
உள்ளத்தில் ஒளிக் கிணையாம்
ஒளியி னூடே
ஒளிவளரும்; அவ்வழியே
உணர்வு தோன்றும்.

99. இவ்வகையால் உலையு மனத்
திடை நின் றென்றும்
நிலையான எழில் கண்ட
பின்னர், எங்கும்
செவ்வி எழிலது கண்டு
கவிஞன் போலத்
திரிந்து அழகாம் உணரவதனில்
திளைத் துயிர்த்தே;

101. இருளில் ஒளி காட்டுகின்ற
இந்த ஞாலம்,
இருளதுவே காட்டுகின்ற
நரக ஞாலம்,
மருளற்ற ஒளி காலும்
நாகர் வாழும்
வான் ஞாலம் எங்கெங்கும்
சென்று வாழ்ந்தே:

102. இறைவனையும் எதிர்த்த என்றன்
துடுக்குத் தானும்
இறையருளின் ஒரு துறையாம்

மருளே என்ற
நிறையுணர்வால் உலவிலா
நிலை உணர்ந்தேன்
ஓங்குக்வான் இறை அருள்
என்று உவந் திடேனே.

★ ★ ★

9 788199 677074

Printed at Repro India Ltd.